પદ્મશ્રી પ્રાણ

મોરિસ હૉર્ન, વર્લ્ડ એન્સાયક્લોપીડિયા ઑફ કૉમિક્સના એડિટરે કાર્ટૂનિસ્ટ પ્રાણને વૉલ્ડ ડિઝની ઑફ ઇન્ડિયા કહ્યાં છે. એમની કૉમિક્સ પેઢી દર પેઢી વધી રહેલાં યુવાનોની હંમેશાં સાથી રહી છે, એમણે ના કેરેક્ટર્સ ચાચા ચૌધરી, સાબુ, મતીજી, પિંકી, બિલ્લૂ, રમન વગેરેના ૉરંજનની ભરપૂર મજા ઉઠાવી છે. ના ૫૦૦થી વધારે ટાઈટલ્સ માર્કેટમાં ી રહ્યા છે અને સ્ટ્રિપ્સ ડઝનો ન્યૂજ ૉ છપાઈ રહી છે! ચાચા ચૌધરી પર બનેલી ટી.વી. સીરિયલ સતત પિસોડ્સ સુધી એક મુખ્ય ચેનલ ૉવવામાં આવ્યા!

કેટલાય દેશોનું ભ્રમણ કરી ચુકેલા, કૉન્ફરન્સોમાં કાર્ટૂન્સ પર સ્પીચીસ ૉવાવાળા પ્રાણને લિમકા બુક ઑફ રેકૉર્ડ્સે પીપલ ઑફ ધી યર એવૉર્ડથી સન્માનિત કર્યા છે. ૧૯૮૦માં એમની કૉમિક બુક - 'રમન, હમ એક હૈ'નું વિમોચન તત્કાલીન પ્રધાનમંત્રી શ્રીમતી ઇન્દિરા ગાંધીએ કર્યું.

– પ્રકાશક

હાય અંકલ હેરી!
હાય પિંકી!

અંકલ લૉનમાં આરામ કરવા જઈ રહ્યા છે, એમને તંગ ના કરતી.
ઓ.કે. મમ્મી!

હું છત પર જઈ રહી છું. બજારથી કુટકુટ માટે સ્પેશ્યલ ડિશની પેસ્ટ લાવી છું.

છત પર કુટકુટને પેસ્ટ બનાવીને ખવડાવીશ.

ચીં!! ચીં!!
PET

ચીં !! ચીં!!
PET FOOD

મને ખબર છે, તારા મ્હોંમાં પાણી આવી રહ્યું છે પોતાની સ્પેશ્યલ ડિશને જોઈને.

ઊભી રહે, એની પેસ્ટ બનાવી લેવા દે, પછી તને ખવડાવીશ.

અરે, કુટકુટ ઊભી રહે!

ઊભી રહે! ઓહ!

ઓહ! પેસ્ટ તો સૂઈ રહેલા હેયરી અંકલના વાળો પર પડી ગઈ.

ઓહ! કુટકુટ! તારા ઈરાદા ખતરનાક લાગી રહ્યાં છે.
ચીં!! ચીં!!

ના, કુટકુટ! ના!

કુટકુટ નીચે કૂદી ગઈ, પરંતુ હું નથી કૂદી શકતી.

મારે સીડીઓથી જઈને કુટકુટને રોકવી પડશે.

ફુટફુટ, ઊભી રહે!

ઓહ!

હાય, મારા વાળ!

પિંકી અને રોલર

અરે, હેવી અંકલ ક્યાં ભાગ્યા જઈ રહ્યાં છો?
હું ભાગતો નથી જઈ રહ્યો બલ્કે ભાગતો આવી રહ્યો છું!
ડૉક્ટર જીવલેણની ક્લીનિકથી.

હું મોટાપાના ઈલાજ માટે ડૉક્ટર જીવલેણની પાસે ગયો. એણે મારું ઑપરેશન બતાવ્યું. હું એના માટે તૈયાર થઈ ગયો. જાણો છે પછી શું થયું?

ઑપરેશન થિયેટરમાં ડૉક્ટર જીવલેણ ફૂલોનો હાર લઈને આવ્યા. મેં પૂછ્યું આ હાર શા માટે?
શું થયું?

તે બોલ્યો, મારું આ પ્રથમ ઑપરેશન છે, જો સફળ થઈ ગયું તો આ હાર મારા માટે, જો અસફળ થયું, તો હાર તારા માટે.

બસ આટલું સાંભળીને હું ભાગતો આવી રહ્યો છું.
સારું થયું. નહીંતર ઘણું ખરાબ થઈ જતું.

પિંકી! મારા મોટાપાનો કોઈ ઈલાજ સમજમાં નથી આવી રહ્યો અને ના કોઈ અન્યનો. ઉઃઉઃઉઃ!

બિચારા હેવી અંકલ!

સ્ટેડિયમ
ખરેખર વધારે મોટાપો કોઈ કામનો નથી હોતો.

ગોજી અંકલ તમે આટલા પરેશાન કેમ છો?
આ શહેરમાં થવાવાળી ઈન્ટરનેશનલ ક્રિકેટ મેચની પિચ બનાવવાનું કામ મને સોંપેલું છે.

મેં પિચ તૈયાર કરી દીધી છે પરંતુ એને સમતલ કરવાથી પહેલાં મારું રોલર ખરાબ થઈ ગયું.

મેચ શરૂ થવાવાળી છે. આની વચ્ચે જો પિચ પર રોલર ના ચલાવ્યું, તો મુસીબત થઈ જશે.
તો?

રોલર ચાલે કેવી રીતે? આ તો ખરાબ છે?

તમારી સમસ્યાનું મારી પાસે સમાધાન છે.

શું?

હમણાં ખબર પડી જશે.

મળો હેવી અંકલથી.

જે તમારી સમસ્યાને ચપટીઓમાં હલ કરી દેશે.

આમને ખુશી થશે કે આ કોઈના કામ આવે.

વાહ! રોલર પણ પિચને આટલી સમતલ ના કરી શકતું.

પિંકી ચશ્મા
અરે પિંકી, તેં આટલા મોટા ગ્લાસવાળા ચશ્મા કોના લગાવી રાખ્યા છે?
દાદીના!

હું એને ઠીક કરાવવા જઈ રહી છું.

કહે છે, આટલા મોટા ગ્લાસવાળા ચશ્માથી કશું દેખાતું નથી.

ખોટું કહે છે, મને તો દેખાઈ રહ્યું છે.

સારું! શું દેખાઈ રહ્યું છે?
તે પણ સાફ-સાફ.

અંધારું!
!!

અરે પિંકી ઊભી રહે.
અંકલ, કહો.

ચશ્માની શૉપ પર જઈ રહી છે, તો મારા ચશ્મા પણ બદલાવી લાવજે.

લાવો.

લાગે છે ચશ્માની દુકાન પર જઈ રહી છો. મારા ચશ્મા પણ ઠીક કરાવી લાવજે.

તમે કદાચ ચશ્મા ઠીક કરાવવા જઈ રહ્યાં છો.
હા, પરંતુ ઘુંટણોમાં દર્દથી ચાલવામાં તકલીફ પડી રહી છે.

મને આપો, હું તમારા ચશ્મા ઠીક કરાવી લાવીશ.

થેંક્યૂ! પિંકી!
પિંકી! મારા ચશ્મા પણ લઈ જા.

શ્યોર!

આટલા બધા લોકોના કામ આવવામાં જે ખુશી મળે છે, એનો જવાબ નથી.

Glass
BBB

એક કલાક પછી બધાના ચશ્મા ઠીક થઈ જશે. ત્યાં સુધી થોડું મૉલમાં ફરી લઉં છું.
MOLL

એક કલાક પછી...
Glass
Glas

બધાને ચશ્મા પાછા કરી દઉં, પછી મારે રમવા પણ જવાનું છે.

થોડી વાર પછી.
ક્યાં છે પિંકી? આ કોના ચશ્મા આપી ગઈ મને.
મારા તો બે નંબરના ચશ્મા હતા, આ પિંકી મને આ શું આપી ગઈ?
મને તો કશું દેખાઈ જ નથી રહ્યું.

ઉ-હૂ-હૂ-હૂ! એમાં મારો શું વાંક?

પિંકી

ચીટૂનો કુતરો

પિંકી, સારું થયું તું મળી ગઈ. હું તને જ શોધી રહ્યો હતો.
શું વાત છે ચીટૂ?
પહેલાં બતાવ, તારા હાથમાં બે મેડલ કેવી રીતે?

આ બંને મેડલ મને સિંગિંગ કૉમ્પીટિશનમાં મળ્યાં છે.

વાહ એક કૉમ્પીટિશનમાં બે-બે મેડલ.

જરૂર તેં બે સારા ગીત ગાયા હશે.

એવું નથી.
તો પછી?

મને એક મેડલ ગાવાનું શરૂ કરવા માટે મળ્યો...

અને એક એ જ ગીતને ખતમ કરવા માટે.
!!

સારું છેને?
ખૂબ સરસ! બતાવ, તું મને કેમ શોધી રહ્યો હતો?

મારા અંકલે મને એક વ્હાલો પબ બ્રીડનો ડૉગી ગિફ્ટ કર્યો હતો, ન જાણે તે ક્યાં ચાલ્યો ગયો?

એને શોધવામાં મારી હેલ્પ કરો.
તેં ડૉગીની ઢંગથી દેખભાળ નહીં કરી હોય, ત્યારે જ તે ચાલ્યો ગયો.

એને શોધવા માટે અખબારમાં જાહેરાત આપી દઈએ.

આઇડિયા તો સારો છે, પણ એનાથી થશે કશું નહીં.

મારો ડૉગી અખબારમાં છપાયેલી જાહેરાતને વાંચી નહીં શકે. તે વાંચી-લખી નથી શકતો.

છોડો એને! હું ગમે તેમ કરીને તારા ડૉગીને શોધી આપીશ, એવું ફરી ના થાય એનું ધ્યાન તારે રાખવું પડશે.

તું ડૉગી પર એક નિબંધ લખ, એનાથી તને ખબર પડી જશે કે ડૉગી શું હોય છે.

ઠીક છે! હું ડૉગી પર નિબંધ લખવા જાઉં છું.
હું તારા પબ ડૉગીને શોધું છું.

એ રહ્યો ચીટૂનો પબ ડૉગી.

આને મેળવીને તે ખૂબ ખુશ થશે. હું એની પાસે જાઉં છું.

ચીટૂ! તારો ડૉગી મળી ગયો.

અરે ચીટૂ! તારા આ હાલ કેવી રીતે થયા?

તારા કારણથી, તેં કહ્યું હતું કે, હું ડૉગી પર નિબંધ લખું. મેં એક ડૉગીને પકડીને એના પર લખવાનો પ્રયત્ન કર્યો, તો એણે મારા આ હાલ કરી દીધા!

પિંકી ઇચ્છા

હાય ફ્રેન્ડ્સ!
© PRAN'S FEATURES
કેમ છો?
બધું બરાબર.
ફાઈન.

ગુડ! સારું બતાવો, એકઝામની તૈયારી કેવી ચાલી રહી છે?

ખૂબ સારી. એકઝામ બોર્ડ તૈયાર છે.

પેન તૈયાર છે.

પેન્સિલ તૈયાર છે.

અરે તો અન્ય ડ્રેસ પણ તૈયાર છે.

બસ ભણવાની તૈયારી કરવાની બાકી છે.

ભણવા પ્રતિ સીરિયસ થઈ જાઓ, આપણે.ભણીશું, ત્યારે જ આપણી કશું બનવાની ઈચ્છા પૂરી થશે.

દરેકની કોઈને કોઈ ઈચ્છા હોય છેને!

કેમ નથી હોતી, મારી ડૉક્ટર બનવાની ઈચ્છા છે.
હું એન્જીનિયર બનીશ.

તારી પણ તો કોઈ ઈચ્છા હશે ગબ્દૂ!

જોજો! હું એક દિવસ સિંહને જોરદાર થપ્પડ મારીશ.

આમ!

ટાઈગરની પૂંછડી પકડીને આમ ખેંચીશ.

હાથીને ઉટાવું.

અને એને ઉઠાવીને ફેરવીને દૂર ફેંકી દઉં.

આમ!

શાબાશ ગબ્બૂ, તું એક દિવસ એવું જરૂર કરીશ.

જે દિવસે તું એવું કરી દઈશ એ દિવસે અલગ જ વાત હશે.
શું?

સિંહ, ટાઈગર, હાથી જેવાં રમકડાંની દુકાનનો માલિક તારા કાન પકડીને દુકાનથી બહાર કરી દેશે.

પિંકી
સત્ય વચન
પિંકી ક્યાં છે તું?

તેં પિંકીને જોઈ!
ના.

પિંકી ક્યાંય દેખાઈ?
ના તો.

તમે પિંકીને કેમ શોધી રહ્યાં છો ગુસ્સેલ અંકલ?
મારે એના કાન ખેંચવા છે?

હું આવી ગઈ અંકલ. બતાવો કેમ ગુસ્સામાં છો?

થોડાં દિવસ પહેલાં તેં મારાથી કહ્યું હતું કે, મારે હંમેશાં હસતાં રહેવું જોઈએ.
આઊ! હા કહ્યું હતું.

તારા કહેવા પર હું દરેક વાત પર હસવા અને ઠહાકા લગાવીને હસવા લાગ્યો.

મારી આ હરકત પર મને પાગલખાનાવાળા પકડીને લઈ ગયા.

અત્યારે ત્યાંથી છૂટીને આવી રહ્યો છું.
આઉ..ઉ!

તારી સલાહ પર આ બધું થયું?
આઉ! કાન છોડો મારા.

સૉરી અંકલ! મારા કારણે તમને પરેશાની થઈ.

ચાલો, હું તમારી ભલાઈ માટે બીજી એક વાત કહું છું.

હું પ્રાર્થના કરું છું કે, એક દિવસે દુનિયા તમારા ઈશારા પર ચાલે.

હવે ઠીક!

કમાલની છોકરી છે, મને ફરી.ઉલ્લૂ તો નથી બનાવી ગઈ!

થોડાં દિવસ પછી...

મ્હોં મીઠું કરો.

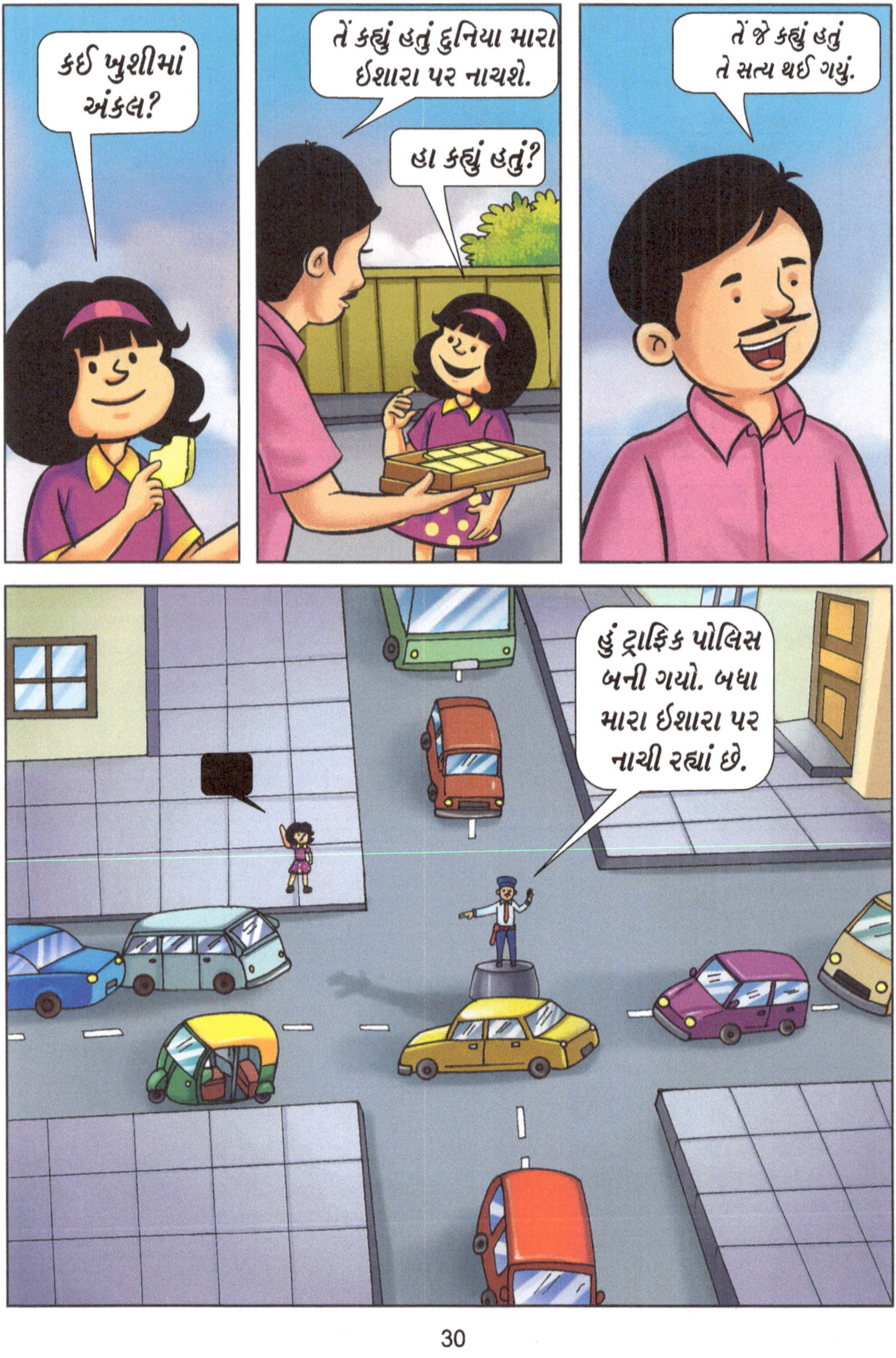

કઈ ખુશીમાં અંકલ?

તેં કહ્યું હતું દુનિયા મારા ઈશારા પર નાચશે.
હા કહ્યું હતું?

તેં જે કહ્યું હતું તે સત્ય થઈ ગયું.

હું ટ્રાફિક પોલિસ બની ગયો. બધા મારા ઈશારા પર નાચી રહ્યાં છે.

પિંકી
આવી ગઈ મુસીબત
મહેમાનો પર ઈમ્પ્રેશન માટે ફ્રૂટ્સ ટેબલ પર સજાવી દઉં.
રિમ્બી! એવું ના કરો. આ ફળ અહીંયા રાખવા ઠીક નથી.

શેતાન પિંકી આવતા જ ખાવા માટે ફ્રૂટ્સ માંગશે. મોંઘા ફળ મફતમાં વહેંચવા પડશે.
તમે બિલ્કુલ સાચું કહ્યું.

આમને કિચનમાં રાખી આવું છું, પિંકી આપણાં રસોડામાં તો જતી જ નથી.
© PRAN'S FEATURES

અહીંયા ઘુસી ગઈ છે.

ઝપટ અંકલ!
આવી ગઈ, મુસીબત.

પિંકી! પ્લીઝ, તું પાછી જા.

હું નથી ઈચ્છતો, મારું કોઈ નુકસાન થાય.

હું અહીંયા નુકસાન કરવા નહીં, રોકાવા આવી છું.

તું મને વાતોમાં ફસાવી રહી છે. મેં કહ્યું- જાઓ!
તમે પહેલાં મારી વાત તો સાંભળો...

જલ્દી કહો, શું કહેવું છે?
મારી ફુટફુટ બારીથી તમારા કિચનમાં ઘુસે છે.

તે ભૂખી છે, ક્યાંક કિચનમાંથી કશું ખાઈ ના લે?

અરે રે! ત્યાં તો ફ્રૂટ્સ રાખ્યા છે!

એ જ થયું, જેનો ડર હતો.

એ ઊભી રહે, અમારા ફળ ના ખાઈશ.

અરે, એને મારી ભગાઓ!
હવે કોઈ ફાયદો નથી.
કરચ! કરચ!! કરચ!!

કરચ! કરચ!! કરચ!!

કુટકુટ! આવો, જઈએ.

હવે તારું પેટ ભરાઈ ગયું હશે.

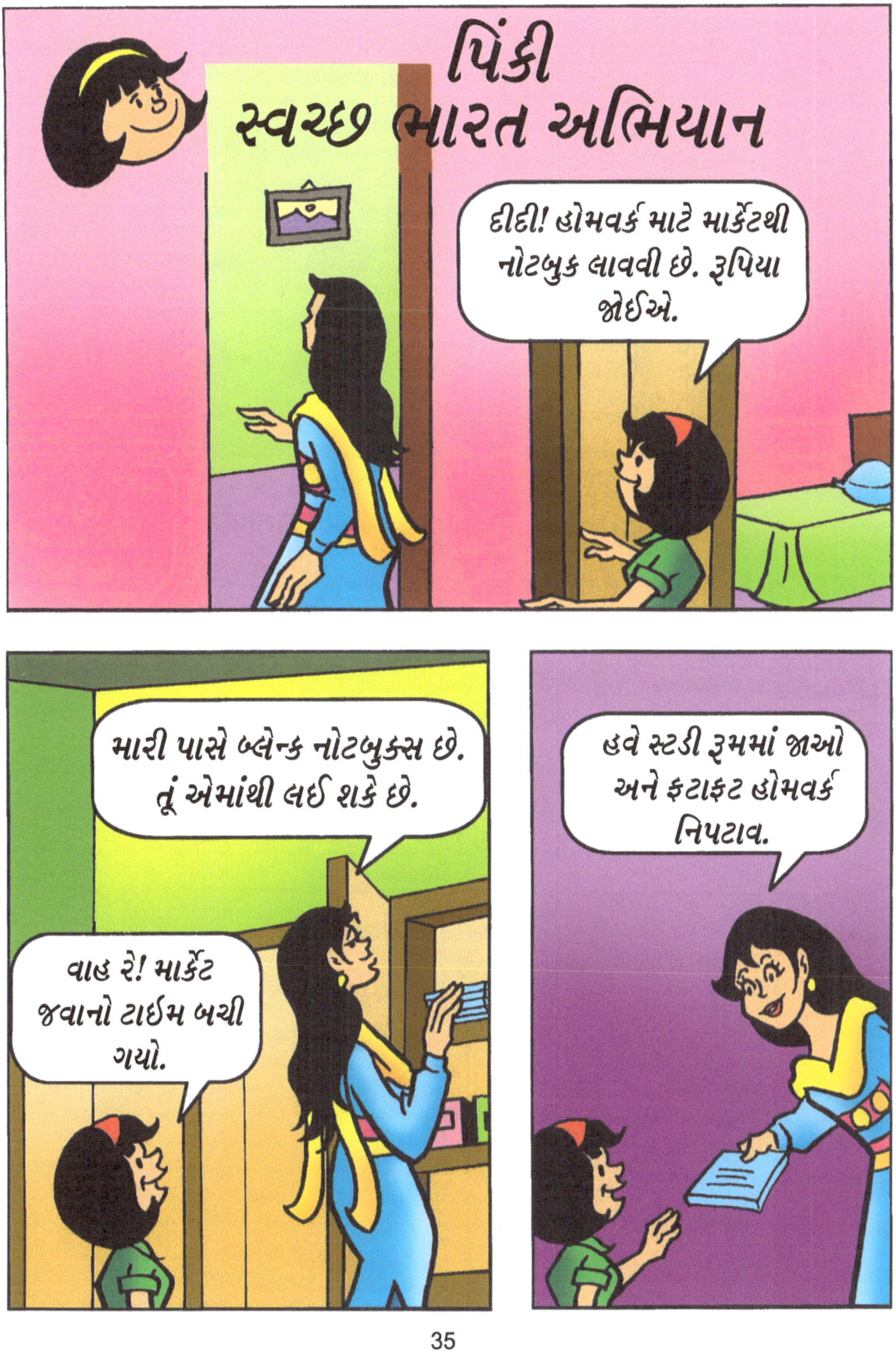

પિંકી
સ્વચ્છ ભારત અભિયાન

પિંકી! તેં રૂમમાં કેટલો કચરો ફેલાવી દીધો.

નોટ-બુકના પેજ ફાડીને આમ ફેંકી રહી છે?
નિબંધ લખી રહી છું, પરંતુ સારી લાઈને યાદ નથી આવી રહી!

નિબંધનો વિષય શું છે?
સ્વચ્છ ભારત અભિયાન!

પિંકી
જૉની જોકર
ગરીબને કશું મળી જાય, બાબા!
તમે ભીખ કેમ માંગી રહ્યા છે?

તમે ભિખારી નહીં, સર્કસના જોકર છો. તમારે માંગવાની શું જરૂર આવી પડી?
તું ઠીક કહે છે, બેબી!

મારું નામ જૉની છે. આજકાલ સર્કસ કોણ જુએ છે? બધા લોકો મલ્ટી ચેનલ ટી.વી. જુએ છે. બાળકો ઈલેક્ટ્રૉનિક્સ ટૉઝ્થી રમે છે. આથી હું બેકાર થઈ ગયો છું.

આ લો કચોરીઓ!

વાહ રે! સ્વાદિષ્ટ છે.

બીજા દિવસે.
તમે??
મને ભૂખ લાગી, તો હું ચાલ્યો આવ્યો.

આ લો મટર-પુલાવ.
આ મારી પસંદગીની ડિશ છે.

ત્રીજા દિવસે.
તમે દરરોજ આવી ટપકો છો, આ શું મજાક છે?

ભૂખ્યાને ક્યારેય મજાક નથી સૂઝતી. જો મને નાની નોકરી મળી જતી, તો હું અહીંયા ક્યારેય ના આવતો.

ઠીક છે. મારી સાથે ચાલો. ક્યાંક કામ શોધીએ.

ડાયરેક્ટર સાહેબ! તમે ઉદાસ કેમ બેઠા છો?
હું સર્કસ પર એક ટી.વી. સીરિયલ બનાવી રહ્યો છું.

બધા કલાકાર મળી ગયા. પરંતુ એક ના મળ્યો. એના વગર મારી સીરિયલ અધૂરી રહી જશે.
કયો ઍક્ટર?

જોકર!

મારી પાસે અસલી જોકર છે, જે કામની શોધમાં છે.
બસ, કામ બની ગયું.

જૉની! તારો પગાર ૫૦ હજાર રૂપિયા છે. આજથી કામ શરૂ કરી દો.

આગલો શૉટ તૈયાર કરો.
મુસીબત ટળી.

પિંકી દવા

અરે રે! કૉમ્પ્યૂટર બંધ કેમ થઈ ગયું?

હેલો! કૉમ્પ્યૂર એન્જિનિયર, મારું કૉમ્પ્યૂટર રિપેર કરવા આવી જાઓ.

મહાશય! હું શહેરથી બહાર છું, ત્રણ-ચાર દિવસ પછી જ આવી શકીશ.

પંડિત નેહરૂ નહીં હોય, તો શું દેશ નહીં ચાલે?

આટલો ગુસ્સો શા માટે?

દોસ્તને જરૂરી ઈ-મેલ મોકલવો હતો, કૉમ્પ્યૂટર ખરાબ થઈ ગયું.
તો ચિઠ્ઠી પોસ્ટ કરી દો.

દોસ્ત શુંવિચારશે, હું આજે પણ પથ્થરોના યુગમાં જીવી રહ્યો છું?
શાંત રહો, તમારું બી.પી. વધી જશે.

અધૂરું કામ મને ટેન્શન કરી રહ્યું છે.

મારી બી.પી.ની દવા આપજો.

બીજા રૂમમાં રાખી છે. હમણાં લાવું છું.

દવાઓ મળી નથી રહી જી, ક્યાંક રાખીને ભૂલી ગઈ છું.
ભુલ્લકડ ક્યાંની! તારી રાખેલી કોઈ વસ્તુ પોતાની જગ્યા પર નથી હોતી!

આજે વાતાવરણ કેમ ગરમ છે?

આ, બીજી એક મુસીબત આવી ગઈ?

તું જા, આજે તારા દાદાજી ગુસ્સામાં છે.
પ્રૉબ્લેમ શું છે?

એમની બી.પી. ની દવા નથી મળી અને કૉમ્પ્યૂટર ખરાબ છે, જરૂરી મેલ મોકલવાનો છે.

કેમિસ્ટથી દવા મળી જશે.

મારા ઘુંટણોમાં દર્દ છે, નહીં તો હું લેવા ચાલી જતી.

આખો દિવસ ટી.વી. ની આગળ બેઠાં-બેઠાં તારા ઘુંટણોને કાટ લાગી ગયો છે.
www.chachachaudhary.com

દાદાજી! મારી પાસે શાંતિની દવા છે.
શું તું ડૉક્ટર છે?

આ લો, મીઠું પાન ખાઓ.

એનાથી મ્હોં બંધ રહેશે, એનો મીઠો રસ મનને ખુશી આપશે.

હવે ઠંડા દિમાગથી દોસ્તને મોબાઈલથી મેસેજ કરી દો. કૉમ્પ્યુટર ઠીક થવા સુધી, મોબાઈલનું નેટ યૂઝ કરો.

ક્રોધથી પ્રૉબ્લેમ્સ અને શાંતિથી એમના નિરાકરણ મળે છે.

બાય!
આ છોકરી મોટી થઈને જરૂર મનોવૈજ્ઞાનિક બનશે?

FIND 10 DIFFERENCES

Find the differences in two Pictures and send us back to win a surprise prize - write down the following details in block letter: Complete Name, Telephone Number with STD code (Mobile Number), Age, Place of Birth, Date of Birth, Gender, Email ID and Complete Postal Address with Pin code.

Discover Talent @ Diamond Toons

X-30, Okhla Industrial Area, Phase-II, New Delhi-110020

Ph.: 011-40712100, 40712200, E-mail: sales@dpb.in

JOIN THE DOT

Draw a line from dot number 1 to dot number 2, then from dot number 2 to dot number 3, 3 to 4, and so on. Continue to join the dots until you have connected all the numbered dots. Then color the picture!

Join the dot and send us back to win a surprise prize - write down the following details in block letter: Complete Name, Telephone Number with STD code (Mobile Number), Age, Place of Birth, Date of Birth, Gender, Email ID and Complete Postal Address with Pin code.

FIND THE WAY

Help every duckling to find its own way to the little pond in the middle of the maze. send us back to win a surprise prize - write down the following details in block letter: Complete Name, Telephone Number with STD code (Mobile Number), Age, Place of Birth, Date of Birth, Gender, Email ID and Complete Postal Address with Pin code.

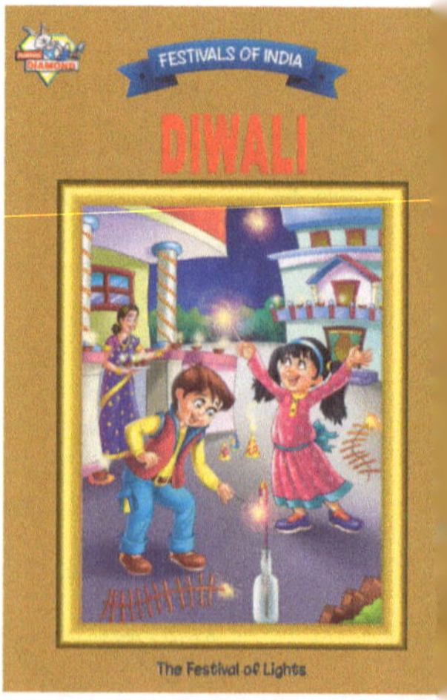